Mashariki Mwa Edeni

*Kuishi ndani ya kivuri cha Bustani:
Somo la Mwanzo 4:16*

F. Wayne Mac Leod

Light To My Path Book Distribution
Sydney Mines, N.S CANADA B1V 1Y5

https://www.lighttomypath.ca

Mashariki Mwa Edeni

Copyright © 2020 by F. Wayne Mac Leod

Haki zote zimehifaziwa. Hairuhusiwi sehemu yoyote ya kitabu hichi kuchapishwa au kutafsiliwa kwa aina yoyote ile au njia yoyote ile bila ya ruhusa ya mwandishi.

The Holy Bible, English Standard Version® (ESV®) Copyright © 2001 by Crossway, a publishing ministry of Good News Publishers. All rights reserved. ESV Text Edition: 2007

Yaliyomo

DIBAJI 5

SURA YA 1 - UTANGULIZI NA YALIYOMO 7

SURA YA 2 - KAINI 13

SURA YA 3 - KAINI AKAONDOKA 19

SURA YA 4 - UWEPO WA BWANA 27

SURA YA 5 - KUISHI KATIKA ARIDHI YA NODI 33

SURA YA 6 - MASHARIKI MWA EDENI 39

SURA YA 7 - KUISHI KATIKA UTIMILIFU WA EDENI 47

DIBAJI

Mafundisho rahisi kutoka kitabu cha Mwanzo: 4:16. Kwa mala ya kwanza Bwana alipo weka deni ndani ya moyo wangu la kuandika kifungu hichi sikuwa nauhakika ni nini ntakipata. Nilipo kuwa nikivuta picha hata hivyo, Bwana alinionesha utajili wake na matumizi yake maishani mwangu.

Kwa namna yoyote ile historia ya Kaini katika kitabu cha Mwanzo 4:16 ni historia yetu. Ni historia ya uhasi wa mtu na aliye kuwa mbali na uwepo wa Mungu. Kama tunavyo muona Kaini akiondoka katika uwepo wa Mungu inatusaidia kujua jinsi gani majaribu yetu yanatuweka mbali na ukamilifu wa baraka za Mungu . Tunatambua jinsi gani tunapambana na vivutio vya ulimwengu na mioyo yetu yenye dhambi.

Kifungu hichi, kwanamna nyingine , ni zaidi ya historia ya uhasi wa Kaini. Bali ni ufunuo wa moyo wa Mungu juu ya watu wake kwa ujumla. Tuliumbwa kuishi kwenye Bustani ya Edeni. Lakini dhambi ikaondoa haki ya sisi kukaa katika ukamilifu wa Edeni, Bwana wetu Yesu kristo amerudisha haki hii kwa kifo chake na kufufuka kwaajili yetu. Baraka na haki za Edeni zipo kwa mtu yeyote atakae pokea msamaha kupitia Bwana Yesu.

Je? Tuko teyari kufunguwa mioyo yetu kuanza upya maisha ambayo Mungu alikuwa ameyapanga toka mwanzo waulimwengu? Je? Tuko teyari kuingia uweponi mwa Mungu tena nakujifunza jinsi ya kumpendeza yeye na uhalisia wake jinsi alivyo? Ninaamini kuwa somo hili fupi litamsaidia msomaji kuyachunguza Maisha yake tena. Maombi yangu nikuwa kifungu hichi kitatusaidia kutafuta kuishi tena uweponi mwa Bwana, Bkatika ukamilifu wa baraka zake.

Na mungu akubariki unapoanza kusoma somo hili.

F. Wayne Mac Leod

SURA YA 1 - UTANGULIZI NA YALIYOMO

Kaini akaondoka katika uwepo wa Bwana na kuishi katika nchi ya Nodi, mashariki mwa Edeni (Mwanzo 4:16)

Tukianza somo letu kutoka mwanzo 4:16 nimuhimu sana kuzingatia fundisho kuu. Kuna matukio muhimu ambayo yanapelekea mstari huu. Hebu tuchukue mda kuyachunguza.

Kaini alikuwa ni mtoto wa Adamu na Hawa, watu wakwanza kuubwa na Mungu. Tunafahamu stori ya Adamu na Hawa na kivipi kwaajili ya dhambi, waliondolewa katika Bustani ya Edeni. Kaini alizaliwa baada ya Adamu na Hawa kufukuzwa katika Bustani. Alikuwa mtoto wao wa kwanza. Mda huo dhambi ilipokuwa imeingia Duniani, kila kitu kilikuwa kinaonekana kipya. Kwenye Dunia ambayo Kaini alizaliwa, ingawa ni chini ya laana ya Mungu. Hawakuweza kuona madhara ya uhasi kwa Mungu ambao vizazi vya badae vitauona. Hapakuwa namataifa yaliyoinukiana. Hapakuwa na dini za kipagani. Dunia haikuwahi kushuhudia mauwaji, ubakaji au unyanyasaji wa wabinadamu. Kaini akiwa kama mtoto wa kwanza wa Adamu na Hawa angeiweka wazi dunia juu ya athari za dhambi kwenye Maisha ya watoto wao. Isingechukuwa mda kabla ya dhambi kujulikana mbele ya Maisha ya Kaini. Kidogo Adam na Hawa wangetambua jinsi gani madhara ya dhambi kwenye familia zao.

Mwanzo 4 inatueleza stori ya kuzaliwa kwa Abili, mtoto wapili wa Adamu na Hawa, na mdogo wake Kaini. Walipo kuwa wakikua. Vijana hawa walikuwa na fani tofauti. Kaini alikuwa mkulima wa arithi na alilima mazao.Na Abili alikuwa mfugaji wa kondoo. Zote zilikuwa fani za heshima.

Mda ulifika wakutoa sadaka zao kwa Bwana. Kaini, akiwa kama mkuliwa wa aridhi, akapeleka sadaka ya mazao. Abili, akiwa kama mfugaji wa kondoo, alipeleka wazaliwa wa kwanza wa kondoo kutoka kwenye kundi la kondoo wake. Vijana hawa walipeleka sadaka zao kwa Bwana. Sadaka zote hizi zilikuwa za halali

Mwanzo 4:4-5, ingawa tunasoma kwamba Mungu alikubali sadaka ya Abili na kukataa sadaka ya Kaini. Hatukuambiwa vijana hawa walitambua sababu ya sadaka ya Abili kukubaliwa na sadaka ya Kaini kukataliwa. Lakini ilikuwa wazi kwamba sadaka ya Kaini ilikataliwa. Kunamaoni mbalimbali ambayo yanaelezea kwanini sadaka ya kaini ilikataliwa na Mungu. Wengine wanaamini kuwa nikwasababu ya aina ya sadaka yake. Wengine wanaamini kuwa Kaini angepeleka sadaka ya Wanyama kama mdogo wake. Sababu ya maoni haya ni kwamba watu wa Mungu walipewa amri yakuleta mazao yao ya kwanza kwa Bwana (angalia Kutoka 23:19; mambo ya Walawi 2:14;23:10). Mazao ya aridhi ilikuwa sadaka inayo kubalika kwa Mungu. Hii inatufanya tuamini kuwa kuna sababu nyingine ambayo ilipelekea sadaka ya Kaini kukataliwa na Mungu. Hatuhitaji kuhangaika kutafuta jibu. Sikiliza Mwanzo 4:5:

> *5 Bali Kaini hakumtakabali, wala sadaka yake. Kaini akaghadhibika sana na, uso wake ukakunjamana.*

Kumbuka kwamba Mwanzo 4:5 inatuambia kwamba Mungu hakumtakabali Kaini na sadaka yake. Hii inatuambia kwamba sababu haikuwa sadaka tu bali na Kaini mwenyewe. Kaini alipo ona yakuwa sadaka ya Abili imekubaliwa na yakwake kukataliwa," alichukia sana" na uso wake kukunjamana. Kiuharisia tatizo lilikuwa kubwa sana hadi Mungu akaongea na

Kaini kuhusu hasira yake na kumuonya kwamba dhambi inamnyemelea mlangoni kwake na inamtamani. Hii inatuambia nini juu ya Kaini?

Moyo wa Kaini ulikuwa teyari unaudongo wakishetani na dhambi inakuwa ndani yake. Hali iliyo sababisha apate "hasira sana" juu ya mdogo wake. Jambo hili linatuonyesha kuwa moyo wa Kaini haukuwa sawa na Mungu pamoja na mdogo wake. Sadaka yake ilipo kataliwa, jambo hili lingemfanya atafute sababu kwa Bwana kwanini sadaka yake imekataliwa. Hapo angeweza kutubu na kurudisha tena mahusiano na Bwana. Mungu alimuonya Kaini kuhusu dhambi kumnyemelea mlangoni kwake. Mungu aliangalia moyo wa Kaini na kuona dhambi imejaa kama bwawa la maji linalokalibia kupasuka. Mungu alimwambia Kaini anatakiwa kuishinda dhambi hiyo. Kaini hakumsikiliza Mungu. Mstari unaofuata, Kaini alimuinukia nduguye na kumuua kwa wivu na kumdanganya Mungu kuhusu kilichotokea.

Tukio hili linatufundisha nini juu ya moyo wa Kaini? Kaini Alimwendea Bwana akiwa na wivu na moyo wenye uchungu. Ni moyo ambao haukuwa karibu na Mungu na haukuwa teyari kumsikiliza Mungu. Ulikuwa moyo ulio jaa dhambi na uhasi. Ulikuwa moyo wa mauwaji. Je? nikweli mungu alikuwa haangalii sadaka kabisa? Inawezekana alikuwa anaangalia mioyo ya ndugu hawa wawili siku hiyo. Pengine alikataa sadaka ya Kaini kwasababu ya moyo wake wa dhambi, wivu na uhasi.

Vitendo vya Kaini siku hiyo, richa yakuonywa na Mungu, vilisababisha laana kwenye Maisha yake. Kitabu cha Mwanzo 4:11 tunasoma Mungu aliilaani aridhi aliyokuwa analima Kaini na kumwambia haiwezi kutoa mazao mengi tena. Nakumwambia atakuwa mkimbizi na kuwa mtu asie namakao maalumu Duniani. Mungu akiwa anaondoa baraka zake kwa kaini. Neema yake kwa Kaini ilikuwa bado ipo. Mungu aliweka alama kwa Kaini ili kumrinda kwa yeyote atakae jaribu kumuua. Kaini aondoke na kukaa mbali na Edeni, na pia atafute mke nakuwa na familia. Mungu akiwa anaruhusu fadhila hii, Kaini alitakiwa kukaa mbali na familia yake Maisha yake yote, na "kukaa mbali na uwepo wa Bwana"(Mwanzo 4:16).

Jambo kubwa katika kitabu cha Mwanzo 4:16 nikuonyesha madhara ya dhambi kwanye Maisha ya Kaini. Alihangaika namawazo ya wivu,uhasi na mauwaji ndani ya moyo wake. Mungu alimuonya juu yakukataa sadaka yake. Mungu alimuonya mwenyewe kwakumwambia dhambi inamnyemelea mlangoni kwake, lakin Kaini hakusikiliza. Bali, akaufanya moyo wake kuwa mgumu na kujikabidhi kwenye msukumo wake wa dhambi. Matokeo yake hayakuwa tu kumuua ndugu yake bali kujitenga mbali na Mungu wake.

Yakuzingatiwa:

Madhara gani ambayo yamesababishwa na dhambi duniani na hasa kwenye Maisha ya Kaini? Je? Unaona mbegu ya hili kwenye Maisha yako?

Nijinsi gani ilivyo muhimu kuangalia mwenendo wa moyo tunapo kuwa tunamuabudu Mungu?

Kivipi Kaini alionyesha ukosefu wa ubinadamu na kutokuwa tayari kusikiliza maonyo ya Mungu? Kwanini Kaini alionyesha ukaidi?

Tunajifunza nini kuhusu dhambi na kivipi dhambi inanyemelea milangoni kwetu? Nakwanjia gani mungu anatuonya kuhusu dhambi leo?

Ushahidi gani ambao unaonyesha neema ya Mungu kwenye Maisha ya Kaini hata kama aliteseka na madhala ya uhasi wake?

Maombi:

Muombe Mungu akupe ushindi juu ya dhambi ambayo inakunyemelea mlangoni kwako kupitia tamaa yako? Nidhambi ipi inanyemelea mlangoni kwako?

Muombe Mungu avunje kila hali ya uhasi moyoni mwako ambao utakufanya usitii maagizo yake maishani mwako.

Muombe Mungu akusafishe moyo wako usiwe na wivu wowote, uchungu na hasira.

Je? Una kaka au dada ambao unahitaji kuwasamehe? Muombe Mungu aondoe hali ya dhambi ndani ya moyo wako juu ya huyo kaka au dada.

SURA YA 2
KAINI

Kaini akaondoka katika uwepo wa Bwana na kuishi katika nchi ya Nodi, mashariki mwa Edeni (Mwanzo 4:16,ESV)

Sura iliyo pita tulipambanua jambo la Mwanzo 4:16 katika sura hii tutaangalia jina la Kaini na umuhimu wake. Tunasoma Mwanzo 4: 1 jinsi Kaini, mtoto wa kwanza wa Adamu na Hawa alivyolipokea jina lake.

Adamu alimtambua mke wake Hawa na kupata mimba na kumzaa Kaini nakusema "nimempata mtoto wakiume kwa msaada wa Bwana"

Mwanzo 4:1 tunapata picha kwanini Hawa alimwuita mtoto wake wa kwanza "Kaini" tumeambiwa katika huu mstari kuwa nikwasababu "alimpata mtoto kwa msaada wa Bwana." Kitu muhimu cha kuelewa hili ni kutoka kwenye lugha ya kiebrania yenyewe. Neno "kupata" limetafsiliwa kutoka mwanzo 4:1 katika lugha ya kiebrania 'kana'. Hili linamaanisha "kujipatia", kupata au kumiliki. Kaini kwa kiebrania ni "kayin" ambayo maana yake ni kumiliki. Haya yote maneno yana maana sawa na yanafanana.

Hapa kunaonesha ukalimu na upendo wa mama katika jina hili. Mtoto huyu alikuwa hazina aliyo pewa kumiliki. "kwa msaada wa Mungu" (Mwanzo 4:1) Maisha ya mtoto mdogo yakiwa ameyabeba mikononi mwake kwa msaada wa Mungu aliyemkosea. Inaonyesha baraka za Bwana zikiendelea kuwepo kwake richa ya kuhasi katika Bustani.

Akiwa anammiliki Kaini. Hawa alitambua alitoka kwa Mungu. Yeye na mume wake wameadhibiwa kutoka Bustani ya Edeni kwasababu ya dhambi. Bustani hii walipewa kumiliki pia. Kipindi hicho walifurahia matunda mengi ya Bustani , lakini kwa sababu ya dhambi Edeni ilichukuliwa na Mungu. Kutokana na hilo Hawa alitambua kuwa yeye hakuwa anamiliki kitu. Kila kitu alichokuwa nacho kilikuwa cha Mungu bali alikuwa mtunzaji wakile alichopewa na Mungu

Jina la Kaini linamaana kubwa. Linaonesha kuwa hakujimiliki mwenyewe.Bali alimilikiwa na Mungu, Mungu aliwapa baba yake na mama yake ili wamlee nakumpenda. Akiwa kama mmilikiwa, alitakiwa awajibike kwa wanao mmiliki na waliompa uhai.

Imeandikwa kwa kanisa la wakorintho, mtume Paulo alisema haya;

Au hamfahaamu yakuwa mwili wenu ni hekalu la roho mtakatifu aliye ndani yenu, ambaye mmepewa na Mungu? Wala ninyi si mali yenu, maana mmenunuliwa kwa thamani. Sasa basi mtukuzeni Mungu katika miili yenu. (1 Wakorintho 6:19-20)

Umeona mtume alicho waambia wakorintho hapa? Anawaambia kwamba hawajimiliki wao wenyewe. Miili yao ni hekalu la roho mtaktifu. Bali wanamilikiwa na Bwana Yesu.

Wakiwa kama mali ya Bwana, watu wa Mungu wanatakiwa wawajibike kwa anae wamiliki. Wakorintho wa kwanza 6:20 mtume Paulo aliwaambia kwasababu ya miili yao kumilikiwa na roho mtakatifu. Wanawajibu wa kumtukuza Mungu ndani yao.

Jina la Kaini ("mali") linamkumbusha kwamba hakuwa mali yake mwenyewe. Bali mali ya mwingine na alitakiwa kuwajibika na huyo anae mmiliki. Richa ya kuondoka na kubeba jina lake. Alibaki kuwa mali ya Mungu aliyopewa mama yake ili aitunze . Hapo kulikuwa na jukumu muhimu kwake akiwa kama mmilikiwa wa Mungu, kujali na kutembea katika njia zinazo mpendeza Bwana na mkuu wake.

Inakuwaje rahisi kupindisha ukweli huu tukiwa kama wa kristo kuwa sisi tunatoka kwa Mungu. Tunaishi tukiwa tunajali kidogo sana kuhusu kile Mungu anacho taka na anacho tarajia kutoka kwetu . Tunajijali sisi wenyewe tu. Kaini anatukumbusha kuwa sisi tunamilikiwa na Mungu. Je? tuko teyari kuishi na ukweli huu? Je? Tuko teyari kuacha mambo yetu na kumkaribisha yeye ndani yetu? Je? Tuko teyari kuacha kila kitu na kutembea kwenye makusudi yake maishani mwetu? Kila kitu tulicho nacho kinatoka kwa Mungu. Je? tutakubaliana na ukweli huu na kumruhusu atutumie na kila kitu alichotupa kwa utukufu wake na kuukuza ufalme wake?

Kwenye hii Dunia, watu wanadai uhuru wao na kujitegemea wenyewe. Vipaumbele vimesha toka kwa Bwana na kuamia katika malengo yetu wenyewe. Tunahisi kanuni ya mungu ya kutumiliki imepitwa na wakati na tunataka kufanya vitu tunavyo taka wenyewe nakufanya maamuzi wenyewe kwenye Maisha yetu. Si ajabu kila mtoto wakwanza kuzaliwa katika dunia hii anachukua jina la "urithi"(wa Mungu). Je? Hili halitukumbushi kuwa sisi tumeubwa kumilikiwa na Mungu? Hili sio wazo maarufu kwa siku hizi lakini ni wazo ambalo tunahitaji kujikumbusha tena. Hadi hapo tutakapo elewa kuwa tumeumbwa na Mungu bila hivyo hatuwezi kujua kile Mungu alicho kipanga kwetu

Paulo anawakumbusha waumini Wakirumi Katika Warumi 11:36:

Kwakuwa vitu vyote vyatoka kwake,viko kwa uweza wake, tena vinarejea kwake utukufu una yeye milele. Amina

Imeandikwa katika kanisa la Wakolosai mtume anasema:

Naye nimfano wa Mungu asie onekana, mzaliwa wakwanza wa viumbe vyote. Kwakuwa katika yeye vitu vyote viliubwa, vilivyo mbinguni na juu ya nchi, vinavyoonekana navisivyo onekana; ikiwa ni vitu vya enzi .au usultani, au enzi, au mamlaka; vitu vyote viliubwa kwa njia yake, na kwaajili yake. (wakolosai1:15-16)

Kumbuka katika vifungu hivi viwili kwamba Mungu nimuumbaji wa vitu vyote na kwaajili yake. Hii inamaanisha kuwa mimi na wewe tumeumbwa kwaajili ya Mungu. Kama tunataka kuishi Maisha yetu kwa ukamilifu. Nilazima tuelewe kuwa sisi ni mali ya Bwana na kwamba furaha yetu na ukamilifu wetu utakuja kwa kujikabidhi kwake na makusudi yake katika Maisha yetu. Akiwa kama mali ya Mungu, jukumu kubwa la Kaini lilikuwa nikumheshimu yule anaye mmiliki. Hili razima liwe jukumu na furaha yetu pia.

Yakuzingatia:

Jina la Kaini linamaana gani? Kwanini mama yake alimuita jina hili?

Jina la Kaini lina umuhimu gani? Kwake linamaanisha nini?

Kumilikiwa na Mungu inamaanisha nini? Jukumu gani ambalo jambo hili linaleta kwetu?

Baraka gani tunapata tukimilikiwa na Mungu?

Chukua mda kuyachunguza Maisha yako. Jinsi unavyo ishi nakuonyesha kuwa "hauko peke yako"? Je? Kuna mahari katika maisha yako unayo hitaji kumkabidhi Bwana Mungu? Ni ipi hiyo?

Maombi:

Mshukuru Mungu kwa kukumiliki na kukutunza na kukupa unachohitaji.

Muombe Bwana akufunulie sehemu yamaisha yako ambayo bado hujamkabidhi.

Muombe Bwana akusaidie kuishi kila siku ukiwa unatambua kuwa yeye ni Bwana wako na wewe niwakwake.

SURA YA 3
KAINI AKAONDOKA

Kaini akaondoka katika uwepo wa Bwana na kuishi nchi ya Nodi, mashariki mwa Edeni (Mwanzo 4:16)

Kama tulivyo ona katika sura iliyopita. Jina la Kaini linadhihirisha kuwa alikuwa anamilikiwa na Bwana. Akiwa kama Mmilikiwa. Bwana alimrinda na kumpa mahitaji yake. Hii ilimtaka Kaini awe najukumu la kujikabidhi kwenye makusudi ya Bwana. Na kwenye makusudi hayo chini ya urinzi wa Bwana ndio angeona ukamilifu na furaha ya maisha.

Sura ya kwanza katika hili somo tuliona chimbuko la Mwanzo 4:16. Hapo tuliona jinsi gani Kaini, akiwa na wivu, hasira, akimuua ndugu yake richa ya kuonywa na Mungu juu ya dhambi kunyemelea mlangoni kwake. Ilikuwa nirahisi kuangalia katika dhambi ya mauwaji katika kifungu hichi. Lakini haikuwa dhambi pekee ya Kaini.

Dhambi ya Kaini ilianzia moyoni. Hata kabla hajapeleka sadaka yake kwa Bwana. Alikuwa na mbegu ya wivu na hasira ndani yake. Hii iliweka wazi kabisa sababu ya kukataliwa kwa sadaka yake. Mungu aliikataa sadaka yake kwa sababu haikutoka kwenye moyo wake.

Kukataliwa kwa sadaka yake lilikuwa onyo kutoka kwa Mungu. lilimuonyesha Kaini kuwa uhusiano wake na muumba wake haukuwa sawa. Hichi kingemfanya awe mnyenyekevu kwa Bwana na kutafuta sababu ya kukataliwa kwa sadaka yake. Lakini haikuwa hivyo.

Kupitia maandiko tunaona Mungu akiwaonya watu wake. Amosi 4:7 tunasoma.:

Tena nimeizuia mvua msiipate, ilipo baki miezi mitatu kabla ya mavuno; nami nimenyesha mvua juu ya mji mmoja nikaizuia mvua isinyeshe kwenye miji mingine, sehemu moja ilipata mvua, na sehemu isiyo pata mvua ilikatika.

Kupitia mtume Hosea Bwana anasema:

Hapana neno ila kuapa kwa uongo, nakuvunja ahadi, na kuua, na kuiba, na kuzini, huruka mpaka, na damu hugusana na damu kwaajili ya hayo nchi itaomboleza, nakila mtu akaae ndani yake atadhoofika, pamoja nawanyama wa kondeni na ndege wa angani, naam, samaki wa baharini pia wataondolewa.(Hosea 4:2-3)

Taarifa za matukio katika kitabu cha Amosi na Hosea ilikuwa ni njia ya Mungu kuwaonya watu wake kuwa kuna kitu hakikuwa sawa kwao. Nchi moja kupokea baraka ya mvua na nyingine haipokei. Sehemu moja kunyesha na sehemu nyingine kutonyesha. Hii ingesababisha watu wa Mungu kujiuliza nikitu gani kinaendelea. Ishara hii ilikuwa inakusudi la kuwafanya watu kutafuta sababu kwanini Mungu ameondoa baraka zake.

Baada ya sadaka ya Kaini kukataliwa, Bwana aliongea na Kaini. Sikiliza kitu gani Bwana alimwambia Mwanzo 4:6-7:

Bwana akamwambia Kaini, kwanini una ghadhabu? Na kwanini uso wako umekunjamana. Kama ukutenda vyema, hutabata kibali? Usipo tenda vyema dhambi iko,inakuota mlangoni,nayo inakutamani wewe, walakini yapasa uishinde.

Mungu alimkumbusha Kaini kuwa sadaka yake haikukubaliwa kwasababu hakufanya vyema. Kulikuwa kunavikwazo ambavyo alitakiwa kuvishinda kabla ya sadaka yake kukubaliwa. Hakika Mungu alimuonya kuwa dhambi inamnyemelesa mlangoni pake kwa tamaa yake. Hapa picha yake nikama Simba akiwa anavyatia akiwa teyari kuruka kukamata windo lake. Mungu alimwambia moja kwa moja Kaini kuwa kulikuwa na hatari katika njia yake aliyokuwa anatembea. Alimuonya kuwa Simba yupo mbele akiwa teyari kwa kumrukia na asiweze kumshinda.

Kaini alisikia haya maonyo lakini badala ya kunyenyekea na kumuomba Bwana kumuepusha, yeye akaendele na njia yake aliyoichaguwa. Akapatwa na hasira hata kumuua nduguye. Alikuwa nakosa sio tu la kuuwa bali na kumkataa Mungu na kukataa kuipinga dhambi ya moyoni mwake. Badala ya kutubu, Kaini alichaguwa kuchochea moto na kujikabidhi katika uhasi wake kwa Mungu na maonyo.

Mungu alipo muuliza Kaini yuko wapi ndugu nyako, Kaini alijibu nakusema yeye hajui kwa sababu sio mlinzi wake (Mwanzo 4:9). Kuna vitu viwili vya kuzingatia hapa. Kitu cha kwanza Kaini alikata jukumu la kumrinda ndugu yake nakuonyesha kutokumjali hata kidogo. Kitendo cha kuseme, "mimi sio mlinzi wake", ilionyesha kutokuwa na ukaribu na ndugu yake. Kaini aliruhusu vitu juu yake kwa Abili. Yesu anajambo la kusema juu ya hili. Mathayo 5:23-24:

Basi ukileta sadaka yako madhabauni, nahuku ukikumbuka ya kuwa ndugu yako ana neno juu yako, iache sadaka yako mbele ya madhabau, uende zako,upatane kwanza na ndugu yako ,kisha urudi uitoe sadaka yako.

Hali ya dhambi ya Kaini kwa ndugu yake iliharibu mahusiano na Mungu. Mungu alichukua hatua kwa Kaini juu ya mahusiano haya yariyo haribika.

Cha pili tunasoma Mwanzo 4:9 kwamba Kaini alimdanganya Bwana Mungu. Alimdanganya kuwa hakufahamu ndugu yake alipo. Jambo hili linafanana na kitabu cha Matendo ya Mitume 5 stori ya mtu aliye itwa Anania na mke wake safira waliuza shamba na kutunza kiasi cha fedha wao wenyewe na iliyo baki wakapeleka kanisani. Wakaliambia kanisa kwamba wameleta kiasi chote cha pesa walicho uza . Roho mtakatifu akamfunulia uongo huo mtume Petro. Anania akashitakiwa kwa kumdanganya roho mtakatifu. (Matendo ya Mitume 5:3). Baada tu ya kupata mashitaka haya akadondoka chini akafa. Kutokuwa naheshima kudanganya mbele ya kanisa ilimretea adhabu kubwa. Mke wake pia akapatwa na jambo lililo mpata mme wake.

Sio tu Kaini aliruhusu ubaya kuja kwake na ndugu yake pia alionyesha kutokuwa na heshima kwa Mungu kwa kumdanganya waziwazi. Kutokuheshimu huku kulimsababishia Anania kifo kataka agano jipya. isingewezekana kumuacha Kaini bila ya kumuadhibu maishani mwake. Baada ya Kaini kuhasi na kukataa kutii na kunyenyekea, Mungu akailaani aridhi kuwa haita toa mazao mengi tena kwa Kaini (Mwanzo 4:12.). Alimwambia Kaini kuwa atakuwa mkimbizi na kuto kuwa na makazi maalumu Duniani. Kaini alijibu juu ya adhabu yake nakusema Mwanzo 4:13:14

Kaini akamwambia Bwana, adhabu yangu imenikulia kubwa,haichukuliki. Tazama umenifukuza leo katika uso wa aridhi, nitasitirika mbali na uso wako, naminitakuwa mtoro na mtu asiye na kikao duniani;hata itakuwa kila anionae ataniua

Mistari hii inatuonyesha kitu kingine tena kwa Kaini hata baada ya kuadhibiwa na Mungu hakuonyesha kujuta. Ona alicho sema:

1. Azabu yangu nikubwa sana \ hauchukuliki
2. Unanifukuza katika aridhi
3. Nitakuwa mbali na uso wako (baraka)
4. Nitakuwa mkimbizi na mtu wa kutangatanga kwenye dunia
5. Kila atakae niona ataniua

Alikuwa anajifikilia mwenyewe, shida gani atapata akiwa anapambana na maadui kwenye Maisha yake. Hakuonyesha ishara yoyote ya kuwa mnyenyekevu kwa Mungu richa ya adhabu. Aliendelea kumuhasi Mungu. Adhabu hii haikumfanya atubu.

Ndio jambo kuu la msemo mhuu katika msitari huu "Kaini akaondoka zake". Hili nijambo ambalo aliamua mwenyewe. Stori hii haipishani na ile ya Yona, ambae hakutaka kwenda Ninawi, nakuamua kuchukua boti na kuelekea sehemu nyingine. Hata hukumu hii haikumfanya Kaini kujikabidhi kwa Mungu. Bali aliraumu kuwa hakufanya kosa la kumfanya apoteze mahusiano na Mungu kwa kiasi hicho. Hadi Maisha yake yawe magumu hivyo.

Siku hiyo Kaini "aliondoka zake". Kuondoka huku hakukuwa tu kuchukua mabegi yake na kuamia sehemu nyingine. Kuondoka kwake kulikuwa namaana kubwa zaidi ya hili. Hakuondoka kuiacha familia yake tu bali na kumuacha Mungu. Alichaguwa kutangatanga. Alichaguwa kuiacha Imani na kuishi anavyo taka. Kaini akiwa mmilikiwa na Mungu ameamua kumuhasi na kuondoka napia, kuishi anavyotaka. Aliondoka na kuacha baraka za Bwana na kuachana na ushirika na Mungu na kufuata njia yake.

Hili litakuwa lilimpa husuzi sana Mungu. Alipokuwa akitazama Kaini akiondoka. Mungu hakumzuia Kaini siku hiyo. Kaini alikuwa amesha amua kwenye akili yake. Kuchukua adhabu ya Mungu na kuondoka na kutorudi tena. Msemo huu " Kaini akaondoka zake" ni onyo kwetu leo. Inawezekana kuvunja ushirika na Mungu kwa dhambi zetu. Tumewaona watu wakikataa kutubu dhambi zao. Inawezekata kuna dhambi Mungu amekuwa akikuonya lakini hauko teyari kuishugurikia mda huu. Inawezekana kukataa maonyo ya Mungu kama Kaini. kwa kuhasi kwetu na kukataa kusikiliza maonyo ya Mungu ni sawasawa na kufanya maamuzi ya kuondoka mbali na Bwana na kutokuwa na urafikinae.

Kaini akaondoka zake. aliyekuwa mtu wa thamani kwa Mungu nakuamua kumuasi na kuchagua njia yake. Akaondoka, mbali na ushirika wa Mungu na baraka zake. Alichagua njia yake na kuachana na urafiki wakaribu na Mungu alichagua kuhasi badala ya kujikabidhi kwa Mungu. Mungu atupe moyo wakutii maonyo yake. Na atupe moyo wa unyenyekevu wa kutubu dhambi zetu ili tuweze kupatana nae na kuishi ndani ya kusudi lake.

Yakuzingatia:

Kaini alikuwa nadhambi gani?

Kwa namna gani Mungu alimuonya Kaini kuhusu dhambi namadhara yake? Kaini alifanya nini juu ya maonyo haya?

Tunaushahidi gani kuwa Kaini aliamua kuondoka zake mbali na uso wa Mungu mwenyewe?

Je? Tuko huru kufanya maamuzi? Je? Tunaweza kuchaguwa kumuhasi Mungu? Je? tunaweza kukataa kujikabizi ndani ya makusudi ya Bwana katika maisha yetu? madhara yake ni yapi?

Je? Kuna dhambi kwenye maisha yako ambazo Bwana amekuwa anakuonya? Ni zipi? Je? Unahitaji kufanya nini juu ya dhambi hizo?

Maombi:

Chukua mda kutubu dhambi zako kwa Bwana. Muombe akupe moyo wa unyenyekevu ili utembee nae pamoja?

Muombe Mungu akufunulie kitu chochote kile ambacho kinakufanya usiwe na ushirika na Mungu kikamilifu.

Kama umefanya kama Kaini kuamuwa kuondoka mbali na Mungu, muombe akusamehe na akurudisha katika ushirika nae.

Muombe Mungu akusaidie usiende nje ya ushirika wake na akubariki kwenye maisha yako.

SURA YA 4
UWEPO WA BWANA

Kaini akaondoka katika uwepo wa Bwana na kuishi katika nchi ya Nodi, mashariki mwa Edeni (Mwanzo 4:16)

Kumbuka tukuwa tunaendelea kusomwa Mwanzo 4:16 mstari huu unatwambia Kaini akaondoka mbali na uwepo wa Bwana. Hebu tuchukue mda kuzingatia mstari huu muhimu.

Mfalume Daudi anatuonyesha katika Zaburi ya 139:7-12 pale alipo sema

> *7 Niende wapi nijiepushe na roho yako? Au niende wapi niukimbie uso wako? 8 Kama ningepanda mbinguni wewe uko! Ningefanya kuzimu kitanda changu wewe uko. 9 Ningezitwaa mbawa za asubuhi, nakuka pande za mwisho wa bahari., 10 Huko nako mkono wako utaniongoza, na mkono wako wa kuume utaniongoza.. 11 Kama nikisema, hakika giza litanifunika,na nuru inizungukayo ingekuwa usiku," 12 Giza nalo halikufichi kitu, bali usiku huangaza kama mchana; giza na mwanga kwako ni sawasawa.*

Kitu cha kuzingatia katika Zaburi 136:7 ni jinsi gani Mzaburi alitumia neno "uwepo" hili nisawa na neno la kiebrania lilivyotumika katika kitabu cha Mwanzo 2:16. Mzaburi anatuambia hawezi kujificha na uso wa Bwana kokote aendako, kwakuwa Mungu anamuona. Je? tunaelewa vipi Mwanzo 4:16 kutokana na mwanga ambao tumeupata kupitia mafundisho ya zaburi 139:712? Kaini kuondoka katika uwepo wa Bwana ina maana gani?

Huu sio tu mstari wa agano la kale ambao unaongelea habari ya mtu kujitoa katika uwepo wa Bwana. Mwanzo 3:8 inaonyesha jinsi gani Adamu na Hawa walijificha na uso wa Bwana.

Na walisikia sauti ya Bwana akitembea kwenye Bustani. Adamu na mke wake wakajificha na uso wa Bwana kwenye miti ya Bustani.

Kinacho shangaza katika Mwanzo 3 nikwamba Adamu na Hawa wakiwa namejificha kwenye miti ya Bustani Bwana Mungu akawasemesha:

Bwana Mungu akamuita Adamu, akamwambia, uko wapi? Na akasema nasikia sauti yako Bustanini, nikaogopa kwakuwa mimi ni uchi; nikajificha.(Mwanzo 3:9-10)

Ni Dhahiri, hawakuweza kujificha kiasi cha Mungu kushindwa kuwaona. Jambo kuu katika kitabu cha Mwanzo 3 nikuelewa kuwa Adamu na Hawa walijificha kwa aibu ya kuwa uchi. Lakini Mungu muumba wao aliwaona. Macho yake yanayoona yaliendelea kuwaona. Kujificha kwa Adamu na Hawa kulikuwa kwa kibinadamu kwa sababu ya kuona aibu. Walikuwa wanatafuta kukaa mbali kwasababu ya aibu. Uhusiano wao na Mungu ulihalibiwa na kuingia kwa dhambi na walihitaji kujificha wao wenyewe.

Nabii Yona pia alijaribu kujificha mbali na uso wa Bwana. Tunasoma katika kitabu cha Yona 1:3:

Lakini Yona akaondoka akimbiliie Tarshishi, apate kujiepusha na uso wa Bwana: akateremka hata Yafa, akaona merikebu inayokwenda Tarshishi; basi akatoa nauli, akapanda merikebu, aende pamoja nao Tarshishi, ajiepushe na uso wa Bwana.

Yona alikusudia kujiepusha na uso wa Bwana. kwasababu Mungu alimuita na kumtuma Ninawi na Yona hakutaka kwenda.

Hebu ona ni nini kilitokea baada ya Yona kujificha na uso wa Bwana.

Lakini Bwana alituma upepo mkuu Baharini, ikawa tufani kubwa Baharini, hata merikebu ikawa karibu na kuvunjika.

Stori yote ya Yona ni moja ya manabii ambao walitaka kumkimbia Mungu na Mungu akawazuia. Yona hakuweza kukimbia mbela ya uso wa Bwana. Kujaribu kukimbia kwa Yona ilikuwa nikiubinadamu. Ilikuwa nihari ya mtu kukataa kumtii Mungu na maagizo yake. Hakuweza kukaa sehemu aliyokuwepo, alitaka kukaa mbali na Mungu na sauti aliyo isikia kutoka kwa Mungu.

Pengine unaweza kuwa umepata hali hii. Inawezekata ulifika sehemu ya mkutano ukaona roho wa Mungu anakusihi kwa nguvu juu ya sehemu ya dhambi yako, ukiwa bado upo kwenye mkutano, sauti ya Mungu ikawa inazidi. Na ukawa unapata shida ya kuchaguwa, kutubu au kuondoka kwenye mkutano ili mawazo hayo yasikufike tena. Ukiwa unatambua yakuwa huwezi kujificha sehemu ambayo Mungu atashindwa kukupata. Unahisi kufanya jambo ambalo litaondoa kabisa saiti ya Mungu ndani yako.

Kuna njia nyingi za kujificha mbali na uso wa Bwana. Adamu na Hawa walijificha kwenye miti. Siku hizi tunajificha nyuma ya kitu kingine. Nimekutana na watu wakijificha nyuma ya Kazi zao au jamii zao kwa nia ya kujificha mbali na hukumu ya Bwana wengine wanajificha kwenye uzuri wa Dunia au katika usomi wao kwaajili tu ya kujificha na hukumu ya Bwana Mungu.

Kumuacha Mungu sio kwenda sehemu ambayo Mungu hatanipata bali nikuondoa mawazo yote ya Mungu na kusudi lake maishani mwangu kwenye akili, moyo na mwenendo. Hili jambo linaweza kufanyika kwa njia nyingi. Kwa Kaini kuwaacha wazazi wake na kuiacha Imani waliyo mfunza. Hakuweza kukaa sehemu ambayo Mungu wanamwabudu na kumtukuza. Alihitaji kukaa sehemu ambayo hata kumbushwa dhambi zake na uhasi wake. Alihitaji sehemu ambayo hakuna mtu ataongea kuhusu Mungu.

Inawezekanaje mtu kukaa kwenye uwepo wa Bwana ikiwa hayuko teyari kutubu? Tutafanya chochote tuondoke katika hukumu ya Mungu. Ninaamini kuwa Mungu angeupokea msamaha wa Kaini na kurudisha ushirika nae, ingawa Kaini hakuwa teyari kwa hilo. Bali alichaguwa njia yake , njia mabayo iliondoa uhusiano wake na Mungu kutoka kwenye moyo wake na mawazo yake.

Kuna njia nyingi kama hizi ambazo zinatutoa uweponi mwa Bwana. Moja wapo niyakidini. Inawezekana umekutana na mtu ambaye amejificha nyuma ya mafundisho ya uongo juu ya dhambi. Au umekutana na mtu ambae amejificha kwakufanya kazi za kikristo na kuamini kuwa wakifanya kazi ya Mungu hawana jukumu ka kumjari Mungu. Pale Mungu anapotaka kuongea juu ya tabia zao wanajipa moyo kwakujikumbusha kuwa wanafanya kazi ya Mungu, na kwakufanya hivyo wanaondoa ukaribu wao na Mungu. Wengine wanaamini katika ushirika wa kanisa kwasababu hawataki kukumbushwa dhambi zao. Wengine wanajijzia uzuri wa Dunia na vitu vyake vizuri kwania ya kuipoteza sauti ya Mungu inayo waita'

Kaini aliondoka mbali na uso wa Bwana. Haikumaanisha alikwenda sehemu ambayo Bwana hakuweza kumuona. Inamaanisha alichaguwa kuondoa katika uwepo wa Bwana maishani mwake. Aliamua kujaza Maisha yake na vitu vingine, aliamua kwamba Mungu hatakuwa tena mwanga ndani ya moyo wake na kumshirikisha katika mambo yake. Alichagua kuishi Maisha yake. Kuwa atafanya maamuzi juu ya kila jambo alitakalo. Na Mungu hata kuwa tena ajenda yake.

Sio kitu rahisi kuishi ndani ya uwepo wa Bwana. Wale wanaoishi ndani ya uwepo wake lazima wamwabudu kama Bwana wao. Hii inamaanisha nilazima wajikabidhi kwake na kusudi la Mungu kwenye maisha yao. Nilazima waelewe kuwa yeye ni mkuu wao na mfalme na wao niwafanya kazi wake. Kuishi ndani ya uwepo wake nilazima kupambana na kila dhambi ambayo inamchukiza. Nikuchaguwa Maisha ya utakatifu na yautii kwa Mungu wetu. Hii inamaanisha lazima tuwe teyari kufa kwaajili yake. Utii unaweza kutuweka katika hali ngumu kwa wale wanaotembea uweponi pake ingawa Bwana ameahidi furaha ya milele (soma Zaburi16:11). Ametuahidi kuwa "hatakama tutatembea katika bonde la uvuli wa mauti" atakuwa pamoja nasi (soma Zaburi 23:4).

Kaini alifanya maamuzi. Alichaguwa kuondoka mbali na uso wa Bwana. Aliamua kufunga mlango wa moyo wake juu ya makusudi ya Mungu muumba wake. Kitu cha thamani cha Mungu kimemgeuka na kumuondoa katika Maisha yake. Linawezekana jambo hili lisiwe linakuhu wewe leo.

Yakuzingatia:

Je? Tunaweza kwenda sehemu ambayo Mungu hawezi kutuona wala kutufikia?

Ni mambo gani tunafanya kwa Mungu pale tunapo kuwa naaibu na kuanguka kwenye dhambi ambayo hatutaki kuiacha?

Ni mambo gani tunafanya kujitoa katika hukumu ya Mungu na uwepo wa utukufu wa Mungu kwenye Maisha yetu?

Je? Umekuwa ukitafuta kuukimbia uwepo wa Bwana kwa njia yoyote ile kwenye Maisha yako?

Inamaana gani kuishi ndani ya uwepo wa Mungu? Hili linatutaka nini sisi? Baraka gani tunazipata ndani ya uwepo wa Bwana?

Maombi:

Mshukuru Mungu kuwa hakuna sehemu ambayo utaenda asikuone wali asikufikie.

Muombe Bwana akufanyie moyo mwepesi ndani ya uwepo wake. Muombe akupe moyo wenye kunyenyekea na wakujikabidhi kwake.

Muombe Mungu akuonyeshe sehemu ya Maisha yako ambayo hutaki Mungu akae. Mkabidhi Mungu sehemu hiyo leo?.

Muombe Bwana akufunulie uwepo wake zaidi na akusaidie kutembea kwa unyenyekevu ndani ya uwepo huo.

SURA YA 5
KUISHI KATIKA ARIDHI YA NODI

Kaini akaondoka kwenye uwepo wa Bwana na kuishi katika nchi ya Nodi, mashariki mwa Edeni (Mwanzo 4:16)

Kaini alichaguwa kuondoka katika uwepo wa Mungu. mstari huu unaendelea kutwambia kuwa aliuwacha uwepo wa Mungu, nakuishi katika nchi ya Nodi. Kuna vitu vichache ambavyo tunahitaji kuvijua kutoka katika msemo huu "kuishi katika nchi ya Nodi

Niukweli usio pingika kuwa wanaume kwa wanawake ambao kwa mda wamekuwa wakiishi nje ya uwepo wa Bwana. Baadhi yao wametambua kuwa hawakupata furaha walipo kuwa nje ya uwepo wa Bwana. Hili ni fundisho la mwana mpotevu kutoka kitabu cha Luka. Aliondoka katika uwepo na ushirika wa Baba yake ilikwenda kutumia vitu vizuri vya Duniani. Alipoishiwa kila kitu alicho kuwa nacho, alitambua alikuwa anaishi vizuri kwa baba yake. Akaamua kurudi kwa unyenyekevu na kufanya juhudi ya kurudi na kuishi na baba yake.

Mwanzo 13 tunasoma stori ya Ibrahimu na Lutu. Baraka za Mungu zilikuwa nyingi sana maishani mwao kiasi cha kwamba hawakuweza kuishi katika aridhi moja. Lutu akaamua kumuacha Ibrahimu nakueleke katika nchi ya Sodoma na Gomora. Mwanzo 13:13 mstari huu unatuambia kuhusu aridhi aliyochagua Lutu:

Basi watu wa Sodoma walikuwa waovu, na watenda maovu kwa Bwana.

Kwa kuchaguwa kuondoka kwa Ibrahimu, Lutu alikuwa anachaguwa kuondoka kwa Mungu na njia yake. Alichaguwa kuipeleka familia yake katika nchi iliyo julikana kwa uovu wake na watenda dhambi kwa Bwana. Nikama Kaini alivyo chagua kuondoka kwenye uwepo wa Bwana. Maamuzi haya yanadhihirisha kuwa Lutu alikuwa hatarini sana. Hakumpoteza mke wake tu bali na kuona vitu vyote alivyo kuwa navyo vikiteketea. Petro wa 2,2:7-8 unatuambia kuwa nafsi yake ilikuwa inasononeka alipokuwa akiona uovu ukimzunguka.

Akimuokoa Lutu, yule mwenye haki aliyehuzunishwa sana na mwenendo wa ufisadi wa hao wahalifu (maana mtu huu mwenye haki akikaa kati yao, kwa kuona na kusikia, alijitesa roho yake yenye haki, siku baada ya siku, kwa matendo yao yasiyo ya sheria).

Lutu hakuwa na furaha kuondoka katika uwepo wa Mungu. Kuondoka kwake kulileta maafa kwake na familia yake na moyo wake wenye haki ulisononeka.

Kumbuka Mwanzo 4:16 inatuambia nini kuhusu Kaini. Kuondoka katika uwepo wa Bwana, Kaini aliishi katika nchi ya Nodi. Neno la kiebrania (kukaa) linaweza kutafsiliwa kama "kuishi", "kuweka makao".au "kudumu". Kukaa inamaanisha kuweka mizizi sehemu furani. Hili ndilo neno la mwisho. Hapo ndio nyumbani kwa Kaini. Hapo ndipo atakapo ishi na kijenga familia yake. Kizazi kijacho kitaishi hapo " mbali na uso wa Bwana"

Uamuzi wa Kaini kuondoka katika uwepo wa Bwana na kuishi katika nchi ya Nodi hakutakuwa namadhara kwake peke yake bali na kizazi kijacho. Kizazi kijacho nacho kitakuwa mbali na baraka za Bwana na kitakuwa bila ya kumjuwa Jehova Mungu. Nijambo la kushangaza Mwanzo 4, kabla ya kuendelea na stori ya Adamu na Hawa. Angalia mstari wa Kaini kwa vizazi vitano kwa mtu aliyejulikana kwa jina la Lameki. Sikiliza Mwanzo 4:23-24 inatuambia nini kuhusu huyu mtu"

23 Lakini akawambia wake zake, sikilizeni sauto yangu, Ada na Sala; enyi wake za Lameki, sililizeni usemi wangu; maana nimemwua mtu kwa kunitia jereha; kijana kwa kunichubua; 24 kama Kaini akilipiwa kisasi mara saba Hakika Lameki atalipiwa Mara sabini na saba.

Jambo la Lameki linashangaza kwasababu alithibitisha kumuua kijana mgodo kama babu wa babu yake Kaini alivyo fanya miaka migi iliyopita. Jambo hili linatuonyesha madhara ya dhambi ya Kaini katika kizazi kijacho.

Kaini alichaguwa kuondoka mbali na Mungu. Uamuzi mmbaya aliofanya ni kuishi akatika nchi ya Nodi, Nodi palikuwa pabaya. Kama kuna kitu kibaya nikuondoka katika uwepo wa Bwana na kukaa katika uhasi na kuto kurudi.

Tambua kitu kingine tena katika msemo huu " kuishi katika nchi ya Nodi" kwa kiebrania neno "Nodi" linamanisha "kutangatanga." Kaini alikaa katika nchi ya "kutangatanga." Aliamua kuwa hapo ndipo atakaa. Atakaa na kuweka mizizi katika nchi ya "kutangatanga". Ataondoka katika uwepo wa Bwana na hata rudi tena. Atakaa na familia yake na kizazi kijacho kitaishi bila ya kumjua Mungu na mbali na baraka zake.

Kumbuka Mungu hakumkataza Kaini. Ila alimpa uhuru wa kuchagua katika hili. Kaini kwa iyari yake mwenyewe alichagua kuishi katika nchi ya Nodi (nchi ya kutangatanga). Ataishi huko hata kufa bila kurudi tena katika ukamilifu wa baraka za Bwana na familia yake. Kizazi kijacho kitaendelea kuwa mbali na Mungu na kuleta ghadhabu ya Mungu kwao wenyewe.

Uamuzi wetu leo utakuwa namatokeo kwa watu wanaotuzunguka. Nikitu cha uzuni sana kuona wazazi wanatangatanga kwenye Imani na kulea watoto ambao hawamfahamu mwokozi wao. Nikwajinsi gani Bwana atakuwa na huzuni kuona nchi ikitanga katika kanuni za maneno yake na kuteseka kutokana kutangatanga kwao.

Nodi ni sehemu ya uhasi na kutangatanga; ni sehemu ya kiburi na majivuno, mbali na ukamilifu wa baraka za Bwana. Tujiulize wenyewe; nikitu gani kitamfanya mtu aondoke katika uwepo wa Bwana, nakuishi katika mji wa Nodi? Hakika nikuburi na uhasi ndio vinavyotufanya tuondoke katika uwepo wa Bwana. Mwana mpotevu alichaguwa kurudi kwa baba yake. Lutu aliondolewa adhabu ya miji ya Sodoma na Gomora, lakini Kaini aliamua kuishi akitangatanga. Vipi kuhusu wewe?

Yakuzingatia:

Kunautofauti gani kati ya Lutu, mwana mpotevu na Kaini?

Neno " kuishi" lina maana gani katika kitabu cha Mwanzo 4:16? Je? Linatufundisha nini kuhusu tabia ya Kaini na maamuzi yake? Je? UIIsha wahi kukutana na mtu mwenye tabia kama ya Kaini?

Maamuzi ya Kaini yalikuwa namadhara gani kwa kizazi kilichofuata? kivipi maamuzi yetu yanamatokeo kwa Watoto wetu na kizazi kijacho?

"Nodi" inamaana gani?. Je? Linatufundisha nini juu ya maamuzi ya Kaini?

Nini kinatuweka katika sehemu ya kutangatanga na kutuachanisha na Mungu?

Maombi:

Je? Unajikuta ukitangatanga kwa Mungu leo? Muombe Bwana akupe neema yakurudi kutoka katika kutangatanga na kumrudia yeye.

Muombe Mungu akusamehe kwa kutangatanga kwako. Muombe akuwezeshe uwe na mchango chanya katika kizazi kijacho.

Muombe Mungu afunguwe moyo wako uweze kuona sehemu yoyote ile ya Maisha yako ambayo bado hujamkabidhi.

Mshukuru Bwana kwakuwa mlango upo wazi kwaajili yetu kuingia uweponi mwake na kufurahia wingi wa baraka zake.

SURA YA 6
MASHARIKI MWA EDENI

Kaini akaondoka kwenye uwepo wa Bwana na kukaa katika nchi ya Nodi, mashariki mwa mwa Edeni (Mwanzo 4:16)

Mpaka sasa tumeona Kaini akichaguwa kuondoka mbali na uwepo wa Bwana na kuishi katika aridhi ya Nodi. Bado kuna jambo moja ambalo tunaitaji kuliona katika msitari huu. Tambua Nodi ilikuwa "mashariki mwa Edeni" katika sura hii tutaangalia msemo huu "mashariki mwa Edeni" na tutaona maana yake kwenye Maisha yetu.

Edeni ilikuwa ni aridhi ambayo Mungu aliwaweka Adamu na Hawa. Ilikuwa ni hapo walipo ishi kwa uturivu na urafiki wakaribu na Mungu na kusudi lake kwenye Maisha yao. Katika Bustani ya Edeni, Kaini na wazazi wake waliishi katika ukamilifu wa makusudi ya Mungu kwenye Maisha yao hadi pale dhambi i ilipo ingia na kuvuruga ushirika wao.

Neno "Edeni" kwa lugha ya kiebrania linamaana ya "raha". Mungu aliwaweka Adamu, Hawa na watoto wao katika Bustani ya raha na neema. Kuna jambo la kushangaza sana juu ya hili. Kwakuwaweka Adamu na Hawa "Edeni," Mungu alikuwa anawaonyesha kusudi lake katika Maisha yao. Mungu alitaka kuwabariki Adamu na Hawa na kuwajaza na furaha na kuridhika. Kwenye Maisha yao aliwapatia vitu vizuri na alichaguwa kuwa na mahusiano ya karibu na wao. Hapakuwa na kitu kizuri zaidi ya hichi.

Kwanini Mungu aliamua kuwaweka Adamu na Hawa katika Bustani ya Edeni (furaha)? Kitu gani kilimsukuma Mungu kuamua kuwaridhisha viumbe wake kwa furaha ya jinsi hii? Kwanini alichaguwa kutupenda na kutupa furaha? Haya nimaswali ambayo kiuhakika hatuna majibu yake. lakini ipo wazi, kwa hali yoyote hii ni neema yake.

 Usinichukulie totauti. Mungu sio mtumishi mwenye jukumu la kuwaridhisha binadamu. Ni mkuu na ni Mungu mtakatifu ambae anasitahiri kuabudiwa na kumtii. Sisi niwatumishi wake na tunatakiwa kumtambua kama mtawala wetu na mfalme. Hata hivyo hichi ndicho kinaifanya Edeni ishangaze, Edeni ni zawadi kutoka kwa Mungu kwa watu ambao hawastahiri. Nizawadi yaneema kutoka kwa Mungu mtakatifu kwa watu wake. Niupendo nakujitoa ambako kwa kawaida hatukustahili kama watu wake. Kupitia kutostahili, Edeni ilikuwa ni haja ya Mungu kwa watu wake. Anatamani kuuridhisha haja ya moyo wako. Anatama kuwa neema na furaha kubwa kwako ambayo hujawahi kuona. Toka mwanzo alitamani tuishi katika Bustani ya neema na furaha na tujue kile alichotupangia. Alitamani tujue nikitu gani anaturetea chenye neema na furaha.

Kuna vitu vingi ambavyo vinatupa furaha na raha leo. Lakini vitu hivi, vingi nivyampito navingine vinamadhara. Nikweli kwamba Mungu anatupa vitu vingi vizuri katika hii Dunia. Lakini kutumia vitu vya Dunia hii ni kutokuelewa ukamilifu wa baraka za Mungu ambazo anataka kuzileta. Anaweza kutujaza na furaha zaidi ya furaha ya vitu vya Duniani. Furaha yetu kubwa haitakuwa kwenye vitu vya ulimwengu huu bali kwa Muumba wetu na Mwokozi wetu. Niyeye pekee anaye ridhisha nafsi zetu.

Kaini aliishi mashariki mwa Edeni. Alichaguwa kukaa nje ya mapenzi ya Mungu. alichaguwa kukaa kwaajili ya kitu kidogo zaidi ya kile Mungu alikipanga kwake. Je? inawezakuwa hii ni picha ya kila mmoja wetu leo? Je tumekuwa tukijali kitu kidogo zaidi ya kile Mungu amekipanga katika maisha yetu?

Nikweli kuwa hatusitahili vitu ambavyo Mungu anatupa. Nafahamu, nikiwa kama mwenye dhambi na kutambua sijafikia kupimwa kwa kiwango cha Mungu. Nimeshindwa kutembea na Mungu, kwa kile anacho sema na kufanya vitu visivyo mpendeza. Pasipo msamaha wake na neema yake, nisingekuwa na tumaini. Ndio, Sistahili ukamilifu wake. Ukweli wa jambo ingawa Mungu aliniumba ili nifurahie uwepo wake na nitafute neema na kuridhika kwake. nikiwa kama mtu nisie stahili. Bado huu ni moyo wa Mungu. Siwezi thubutu kuongeza uhasi wangu, dhambi ya kumkataa Mungu na uamuzi wake wa kunijaza kwa neema.

Kuishi kama mtu asie stahili na kukataa kuishi katika ukamilifu wa furaha ya Mungu ni kumtenda dhambi Mungu na kuwa mbali na kile Mungu anakipanga. Na pia kumtenda dhambi sio tu katika mipango yake juu yako bali hata kwenye mipango yake kupitia wewe katika ufalume wake. Siwezi nikafundisha kwa uwezo wangu juu ya utukufu wa Mungu. Kama siwezi kujifunza kuishi katika ukamilifu wa rehema yake na mazuri yake.

Ilikuwa ni dhambi ya Adamu na Hawa ambayo iliwafukuza kwenye Bustani. Ilikuwa ni dhambi ya Kaini ambayo ilimuondo katika uwepo wa Bwana. Kupitia mwanae Yesu kristo, Mungu ameondoa vikwazo vya dhambi ili tuwezi kuingia katika ukamilifu wa ushirika na neema yake ya milele. Mungu alipata msukumo mkubwa kuhusu jambo hili ya kuturudisha katika Bustani ya Edeni kwa kukubali kumtoa mwanae pekee ili tuweze kurudi katika urafiki nae wakaribu na neema yake.

Tukubali, dhambi katika Maisha yetu ni kikwazo cha kuingia katika ukamilifu wa baraka za Mungu ambazo anazo kwaajili yetu. Katika Maisha haya ya mashariki mwa Edeni, hatuwezi kutarajia kuishi kama ambavyo tutaishi mbinguni lakini Mungu ametupa upendeleo wakuishi katika neema ya Edeni kwenye Maisha haya, Akiongea na watu wake Bwana Yesu alisema:

> ... kama mtu yeyote anakiu, mwacheni aje kwangu na anywe, kila aniaminie, kama vile maandiko yanavyo sema, "mito ya maji yaliyo hai itatoka ndani yake." (Yohana 7:37-38)

Yesu aliendelea kusema katika Yohana 10:10.

> Mwivi haji ila aibe na kuchinja na kuharibu; mimi nalikuja ili wawe na uzima, kisha wawe nao telehe.

Tambua nini Yesu alisema katika mstari huu. Tunapo mwendea na kumuamini, anatengeneza maji ya uhai ndani ya mioyo yetu. Haya maji yanayotupa furaha na kutufanya wapya tena, anatukumbusha kuwa sababu ya kuja kwake duniani ni ili tuweze kuishi Maisha marefu. Je? Tunaona mito ya maji ya uzima katika Maisha yetu leo? Je? Tunaona Maisha ambayo Yesu amekuja kutupa? Au tumeguswa nakivuri cha Edeni kwenye Maisha yetu hapa Duniani?

Nirahisi kuona furaha ya Paulo katika mahusiano yake na Bwana pale aliposema katika wafilipi 1:21: "kwa maana kwangu mimi kuishi ni kristo, na kufa ni faida" furaha kubwa ya Paulo nikuwa na mahusiano na Bwana Yesu. Kuyaacha Maisha haya na vitu vyake vyote ilikuwa nikuingia katika mikono ya aliyempenda na kuwa na hamu nae.

Haijalishi nini kilitokea kwenye Maisha yake, mtume Paulo alitambua uwepo na neema ya Mungu. Aliwaandikia wafilipi katika wafilipi 4:13 alisema: "nayaweza mambo yote katika yeye anitiaye nguvu." Paulo alipata vipingamizi vikubwa katika Maisha yake. Alipata tabu nyingi kuliko mtume yeyote na aliteswa kwaajili ya Imani yake kwa Bwana Yesu. Katika haya yote, Paulo aliona nguvu ya Bwana ikimshindia. Je? Tunaona nguvu hiyo na ikitusaidia kama Paulo katika huduma ya Bwana ambayo ametupa?

Furaha nikujua Mungu akituwezesha katika Maisha yetu katika huduma yake. Hii haimanishi kila kitu kitakuwa rahisi kwetu. Mara nyingi Nimegundua kuwa nguvu ya Mungu na msaada wake unaoneka wakati wa mapambano na majaribu ya Maisha. Mara nyingi sehemu yenye udhaifu ndio tunaona nguvu na faraja ya Bwana.

Uthamani mkubwa wa Edeni unakuja pale tunapokuwa na ushirika na muumba wetu ambaye tunatembea nae katika Bustani. Kupitia Yesu bado tunaweza kufurahia uzuri wa Bustani. Mungu anatamani kurudisha baraka zote ambazo dhambi imezichukua kwetu. Anahamu ya kurudisha ushirika nasi na kuwa na mahusiano ya karibu na sisi. Atatupa kila kitu tukitakacho ili tuishi katika ukamilifu wa makusudi yake kwenye Maisha yetu.

Maswali ambayo tunahitaji kujiuliza sisi wenyewe ni haya: "Je? Tunaona neema ya Edeni leo?" Je? Tunatembe katika matendo yampendezayo Mungu? Tuliumwa kwa ajili ya Edeni. Tuliubwa kumpendeza Mungu na makusudi yake. Je? Tumeishii tukifuata vitu vingine tofauti?

Yakuzingatia:

Neno "Edeni" linamaana gani?. Je? Hili linatufundisha nini juu ya makusudi ya Mungu kwenye Maisha yetu?

Kitu gani kinatuzuia kuona neema ya Edeni kwenye Maisha yetu?

Je? Tunastahili kwa Mungu juu yakututafuta ili aturidhishe na kutujaza na furaha yake? Je? Nidhambi kwetu kutoingia katika ukamilifu wa baraka za Mungu?

Kwanini tumekuwa tukikaa katika nchi ya Nodi na kuacha kuishi katika ukamilifu wa furaha ya Edeni?

Je? Umeishi katika ukamilifu wa makusudi ya Mungu kwenye Maisha yako? Nini kinatakiwa kufanyika ili wewe ufurahie makusudi hayo?

Tutegemee mahangaiko, huzuni na uchungu katika hii dunia? Je? Tunaweza kutambua neema na furaha ya Mungu katika mda huu?

Maombi :

Kitu ngani kinakupendeza unacho kiona kwa kristo leo? Chukua mda kumshukuru Bwana kwa furaha na neema aliyokupa.

Muombe Bwana akuonyeshe kama kuna sehemu yoyote ile ya Maisha yako ambayo baraka na uzuri wake haupo. Muombe akufundishe kufurahia uwepo wake katika sehemu hiyo ya Maisha yako.

Mshukuru Bwana hata kama tunaishi katika ulimwengu wa dhambi, bado tunaona baraka za Edeni. Muombe mungu akusaidie kuishi zaidi na zaidi ndani ya neema ya Edeni kwa kadrii unavyo zidi kukuwa katika njia yake.

SURA YA 7
KUISHI KATIKA UTIMILIFU WA EDENI

Kaini akaondoka katika uwepo wa Bwana na kuishi katika aridhi ya Nodi, mashariki mwa Edeni (Mwanzo 4:16)

Katika kozi hii ya somo la Mwanzo 4:16, tumeona jinsi gani Kaini amefanya maamuzi ya kuondoka katika uwepo wa Bwana na kuishi katika aridhi ya Nodi. Sura iliyopita tuliongea kwa ufupi kuhusu jinsi gani Mungu anafurahi kutujaza na kuturidhisha nafsi zetu. Katika sura hii ya mwisho, Nataka kupima nini tumejifunza kutoka Mwanzo 4:16 kuhusu jinsi gani kuishi katika ukamilifu na makusudi ya Mungu.

Tumeandika kitabu chote kuhusu somo la jinsi gani kuishi katika ukamilifu wa Edeni tukiwa hapa Duniani. Hata hivyo hili ni somo la Mwanzo 4:16 na malengo yangu ni kuona katika kipengele hichi cha mstari kimetufundisha kuhusu kuishi katika uwepo wa Mungu katika Dunia hii ya uasi. Acha tumalize kwa kuangalia kwa ufupi mstari huu na mafunzo yake muhimu.

TULIUBWA KWAAJILI YA EDENI

Kitu cha kwanza ambacho tumejifunza kwenye mukutadha wa Mwanzo 4:16 ni hichi. Mungu alituumba kuishi katika utimilifu wa Edeni. Mungu aliwaweka Adamu na Hawa katika Bustani ya Edeni ili wajue uzuri, baraka na upendeleo wake. Dhambi iliwaondoa katika upendeleo huu lakini Mungu alikuwa bado mwaminifu kwao. Baraka zake zilikuwa bado Dhahiri kwenye Maisha yao hata walipo kuwa nje ya Bustani. Bado tunaona baraka za Edeni katika Maisha yetu leo. Maandiko yanasema kuhusu baraka hizi.

Paulo anaongea katika wafilipi kuhusu amani ipitayo akili zote katika Wafilipi 4:7. Yakobo anatwambia kuwa Bwana Mungu atatujaza na hekima yake kama tukiomba (Yakobo 1:5). Paulo alisema kuwa anayaweza mambo yote katika yeye amtiae nguvu (wafilipi 4:13). Yesu aliahidi kwa wale wote wanao mwamini mito ya maji ya uzima itatoka ndani yao (Yohana 7:38). Yesu aliwakumbusha wale wanaomsikiliza kwamba Baba alitukuzwa pale walipo zarisha mazao mengi katika Maisha yao (Yohana 15:8) na pia aliahidi kama tukiomba kitu chochote kwa jina lake atafanya (Yohana 14:14). Hizi ni mistari michache kati ya mingi inayo ongelea kuhusu baraka za Edeni ambazo tunaweza kuzipata hapa Duniani. Yesu alikuja kurejesha baraka hizi kwetu. Aliyatoa Maisha yake ilitutambue uzuri wake tukiwa tukitembea katika kivuri cha Edeni.

Kama tunataka kujua uzuri wa Edeni leo, lazima kwanza tukumbuke kuwa tuliumbwa kuishi Edeni. Amani na furaha ya Maisha itapatikana kwenye uwepo wa Mungu chini ya baraka zake. Na pia nilazi tukubali kuwa haya ni makusudi ya Mungu kwetu. Alituumba sisi tuishi Edeni na hilo lilipo ondolewa kwetu na dhambi alimtuma mwanae afe ili baraka hizo zirejeshwe. Hatusitahili wema huu, lakini ni neema ya Mungu kwetu na mapenzi ya kutujaza na nguvu ya utukufu, kwa furaha yetu na kueneza ufalume wake.

SISI TU MALI YA MUNGU.

Kanuni ya pili ambayao tunaisoma kutoka Mwanzo 4:16 inapatikana katika neno "Kaini." Utakumbuka kuwa neno "Kaini" linamaanisha "mali." Kaini alikuwa mali ya Mungu. Kama tunataka kuishi katika utimilifu wa Edeni nilazima tujue jambo hili kwenye akili zetu. Hatujimili. Tuliumbwa na Mungu na kwaajili ya Mungu (Warumi 11:36). Paulo anatukumbusha katika Wakorintho wa kwanza 6:20 kwamba tulinunuliwa kwa damu ya mwana wa Mungu pekee. Kifo chake kimetukomboa kutoka dhambini na kutufanya wana wa Mungu. Na sasa tu watumishi wa Mungu. Tu wake na pia ni Bwana na mkuu wetu.

Tukiwa kama watumishi wa Mungu. Jukumu letu kwenye Maisha ni kiliheshimu na kulitukuza jina lake. Kama tunataka tuone ukamilifu wa baraka zake. Nilazima tuwe teyari kuziacha njia zetu na mambo yetu na kujikabidhi kwake na makusudi yake. Kama Kaini, sisi tu mali ya Mungu. Mpaka pale tutakapo jikabidhi na kukubari ukweli huu, hatuwezi kuona baraka za Mungu katika Maisha yetu. Kwakujikabidhi ndio tunaweza kiziona baraka za kweli za Edeni. Nilazima animiliki na kila kitu nilicho nacho. Nilazima awe kiongozi wa kila kitu nilicho nacho maishani mwangu. Siwezi nikauona ukamilifu wa Edeni kama siko teyari kumruhusu kuwa Bwana na mkuu wangu.

BARAKA KAMILI ZA EDENI ZIPO KWA MUNGU PEKEE

Kanuni ya tatu tunaipata katoka Mwanzo 4:16 kuhusu kuisha katika baraka za Edeni, zinatoka na nini kilitokea pale Kaini alipoondoka katika uwepo wa Bwana. Kaini alipondoka katika uwepo wa Bwana pia aliondoka katika ukamilifu wa baraka za Bwana. Unaona, baraka za Edeni zinapatika katika uwepo wa Mungu pekee. Mungu ni baraka za Edeni. Edeni haitoi baraka nje na Mungu.

Kuna watu wengi wanaotamani kuona baraka za Mungu lakini hawako teyari kukaa katika uwepo wa Bwana. Kukaa katika uwepo wa Mungu ni kukabiriana na dhambi zetu. Kubakia katika uwepo wake inahitaji kukabiriana na kila kitu ambacho hakitakiwa katika utukufu wake. Kubakia katika uwepo wake inahitaji kujikabidhi katika matakwa yake na makusudi yake. Watu wengi hawako teyari kufanya hivi. Wengi wanataka baraka za Mungu lakini pia wanataka kuishi katika aridhi ya Nodi mbali na uwepo wa Bwana.

Huwezi kumuacha Mungu nyuma na upate baraka za Edeni. Yeye ndie baraka. Baraka zote za Edeni zinapatikana kwa Mungu. Ni amani na furaha yake itujazayo. Ni nguvu na busara zake zatuongoza. Kuondoka mbali na Mungu nikuondokambali na vyanzo vvote vya baraka. Kama unataka baraka za Mungu unamuhitaji Mungu. Kama unamuhitaji Mungu unatakiwa kujikabidhi kwake na makusudi yake.

Kama unataka kuona baraka za Bwana Mungu kwa kila jambo kwenye Maisha. Nilazima awe sehemu ya jambo hilo katika Maisha yako, nilazima tujifunze kutembea nae na kamuomba kwa kila kitu kwenye Maisha yetu. Nilazima apewe nafasi katika mawazo yetu na tabia zetu. Nilazima awe ndani ya familia zetu, Maisha na kazi. Uwepo wake lazima uwe kwa kila kitu ninacho fanya. Nilazima tudhamilie kuto uwacha uwepo wa Mungu. Uweponi mwake pekee ndio tutapata baraka kamili za Edeni.

NILAZIMA TUSIBAKI NODI

Mwisho, tambua Kaini alikaa katika aridhi ya Nodi (tangatanga). Kaini alichagua kuifanya Nodi kuwa nyumbani kwake na alidhamilia kuishi katika aridhi ya kutangatanga. Nimekutana na waumini ambao wamedhamilia kuishi Nodi. Sisemi kwamba wanamuhasi Mungu na makusudi yake kwa kumdharau.

Ninachosema,ingawa, wamedhamilia kubaki walipo. Hamu yao kuona baraka kamili za Edeni imekwisha. Kiu yao kwa Mungu na mapezi yake "imeisha" hawajafikia kiwango chao kwa Bwana na kuona kila kitu Bwana alicho waandalia lakini wamesha ridhika na apo walipo. Hii ni zawadi ya kiroho ambayo inabaki bila kutumiwa. mipaka yao ya kiroho ambayo hijafunguliwa kwao. Vita yao ambayo bado havijapambaniwa na kushindiwa kwaajili yao. Wanaonekana kuridhika, ingawa kuishi katika uvuri wa Edeni ni radha kidogo ya utimilifu wa Mungu. Wanaangalia ukamilifu wa maisha yao ya badae lakini hawaangalii ya sasa. Utukufu wao upo katika utukufu uliopita wa Edeni. Hii inaonekana kuwa ridhisha wao.

Hapa Mwanzo 4:16 tumeona kitu ndani ya moyo wa Mungu kwaajili yetu kama Watoto wake. Alituumba kuishi katika uwepo wake na kumfurahiya na makusudi yake. Pia alituumba sisi kuwa mali yake ya thamani. Tukiwa mali yake tunarindwa na kutunzwa na Mungu, tukiwa mali yake,kwa hali yoyote, hatujimiliki. Vilevile ni Bwana na mkuu wetu na bila ya jambo hili kukaa katika mioyo yetu na utayari wetu hatuwezi kuuona aukamilifu wake ambao anataka kuuleta katika Maisha yetu. Dhambi na uhasi ndani ya utawala wa kristo utatuweka mbali na uwepo wa Mungu na ukamilifu wake. Katika uwepo wake pekee ndio tutapata baraka na uzuri ambao kaupanga kwetu. Uwepo wake ukiwa katika shughuri zetu za kila siku. Haita jarisha ni jinsi gani mazuri au magumu mambo yalivyo, tumebarikiwa na kuridhishwa. Uwepo uliwabariki marafiki watatu wa Danieli katika tanuru la moto. Ulimbariki Daudi alipokuwa anamkimbia Sauli. Ulimbariki Stefano alipo pigwa mawe. Watu wote hawa walifurahia na kuona uwepo wa baraka za Edeni hata katika machungu na majaribu ya Maisha kwasababu walikuwa ndani ya uwepo wa Mungu.

Nodi ni jaribu letu sote. Kuishi "mashariki mwa Edeni" inaonekana sahihi. Lakini inatuondoa katika wigo wa uwepo wa Mungu. Inatuondoa katika changamoto ya kuingia katika vitu tusivyi vifahamu. Nodi kwa namna yoyote, ni mto usiotembea. Nisehemu ambayo neema na uzuri tulio pata umesha pita.

Mungu anatuita leo tufungue mioyo yetu kwake upya. Usiuache moyo wako ubaki Nodi. Usikubari kuridhika na hapo ulipo.

Mlilie Mungu na umwambie: "Bwana nina haja nawe katika kazi yangu, furaha yangu na pia kutembea nawe. Sihitaji kutoka katika uwepo wako." kuna waumini wangapi ambao leo wanaishi nje ya uwepo? wanaishi kama sio waumini, bila kuutafuta uwepo wa Mungu kwa kila wanacho fanya. Wanaishi katika uwepo wa Nodi mbali na uwepo wa Mungu. Hadi pale tutakapo amua kumleta Mungu kwenye kila jambo katika Maisha yetu, hatuwezi kuutambua ukamilifu wa baraka zake. Na Mungu atupe neema ya kupinga kuridhika katika kuishi Nodi. Pale tutakapo ona ukamilifu wa baraka za Edeni katika uwepo wa muumba na mwokozi wetu.

Yakuzingatia:

Kuna ushaidi gani katika maandiko Ambao unasema tuliumbwa kuishi katika ukamilifu wa baraka za Edeni? Kuna baraka gani ambazo Bwana ameahidi kwa wale ambao wako kwake?

Inamaana gani kuishi kama mali ya Mungu? Kivipi kuishi kwa kujikabizi kwa Mungu kunafungua mlango kwetu kuona ukamilifu wa baraka za Mungu?

Je? Tunaweza kuona ukamilifu wa baraka za Mungu nje ya uwepo wake?

Tunawezaje kumfanya Mungu sehemu ya kila tulifanyalo?

Je? Umekuwa ukifanya mambo ambayo yako nje ya ukamilifu wa Mungu katika maisha yako? Je? Umeona uwepo wake kwa kila ufanyalo? Elezea.

Maombi:

Chukua mda kumshukuru Bwana kwa njisi alivyo amua kutujaza na kututumia kwaajili ya utukufu wake.

Muombe Mungu akupe neema kujikabidhi kwake kikamilifu na makusudi yake katika Maisha yako. Muombe akufunulie sehemu yoyote ile ya Maisha yako ambayo bado hujamkabidhi.

Muombe Mungu akutangulie kwa kila ufanyalo. Muombe awe sehemu ya mawazo yako, tabia na shughuri zako.

Muombe Mungu akupe uvumilivu wa kuwa kama anavyotaka uwe. jikabidhi kwake tena, ili akutumie impendezavyo.

LIGHT TO MY PATH BOOK DISTRIBUTION

Light To My Path (LTMP) Ni Huduma ya uandishi na usambazaji wa vitabu kwa lengo la kuwafikia wafanyakazi Wakristo wenye uhitaji wa Neno katika Asia, Amerika ya kusini, na Afrika. Wakristo wengi katika nchi zinazoendelea wana uhaba mkubwa wa vitabu muhimu kwa ajili ya kujifunza neno, wakati mwingine hata pa kununua hapapo.

F. Wayne Mac Leod ni Mwanachama wa Action International Ministries na amekuwa akiandika vitabu hivi kwa ajili ya watendakazi ya Kristo wenye uhitaji Duniani kote.

Mpaka leo watu wengi wamekuwa wakitumia vitabu hivi katika kuhubiria, kufundisha, kufanyia Uinjilisti na kuwatia Mioyo Waumini katika nchi zaidi ya Arobaini.

Vitabu hivi kwa sasa vimetafsiriwa katika Lugha za Kikorea, Kiswahili, Kihindi, Kifaransa, Kiurdu, Kispaniola na Kihaiti Krioli. Lengo ni kuvifanya vitabu au maandiko haya yapatikane kwa watu wengi kwa kadri iwezekanavyo.

Huduma ya LTMP ni Huduma ya Kiroho. Na tunamtegemea Mungu katika mahitaji yetu yote ili tuweze kuwafikia na kuwatia moyo Waamini wote Duniani.

Tafadhali tunahitaji maombi yako kwa ajili ya kutafsiri, kuchapa na kusambaza vitabu zaidi.

Kwa Mawasiliano zaidi na Light To My Path Book Distribution tembelea tovuti yetu www.lightomypath.ca.

www.ingramcontent.com/pod-product-compliance
Lightning Source LLC
Chambersburg PA
CBHW052126070526
44586CB00016B/2106